*NGỌN ĐUỐC
HÌNH TRÁI TIM*

VŨ XUÂN TỬU

NGỌN ĐUỐC
HÌNH TRÁI TIM

Trường ca

NHÀ XUẤT BẢN
NHÂN ẢNH
2020

Dòng cảm hứng, nhân xem biểu diễn nhạc Sô-panh,
trên kênh VTV6, Truyền hình Việt Nam.

Sô-panh[1] & Lê-nin[2]

Có cái gì rơi xuống đầu ta
Một vì sao, hay mảnh thiên hà
Mắt đổ hoa cà hoa cải
Những sợi tóc bắn ra chùm pháo hoa
Đầu ta như thể mặt trời xòe ra muôn tai lửa
Con người sống trong vũ trụ, hay vũ trụ hiện diện trong mỗi con người.

Cái gì hôm nay không lời giải, hẳn mai sau cháu con sẽ đáp
Chỉ sợ hôm nay nhầm thì thế hệ tương lai phải nhọc công
Ai cũng muốn trở thành mặt trời, nhưng mặt trời chỉ một
Không ai muốn hóa sao lo sợ lu mờ
Đêm đêm nhìn lên dải ngân hà
Triệu triệu trái tim chúng dân tụ lại
Vắt ngang trời một dải sao hoa
Lấp lánh những số phận khổ đau nô lệ
Chúng dân làm nô lệ dưới mặt trời
Muôn vì sao chầu về Chúa Cả

Sinh ra làm người thì phải khổ
Trời cho làm vua dân chúng phải phụng thờ
Ta mang cái đầu cháy lên bó đuốc
Soi đường xuyên vào đêm đen
Cái đầu như một quả tinh cầu
Dò dẫm bay không nhấc nổi mình cao hơn mặt đất
Trong lòng đất chứa chất gì huyền diệu
Mà khiến quả táo rơi xuống chứ không bay lên
Sóng nước đại dương không văng ra khỏi biển
Và ánh mắt người tình hút vào trái tim yêu
Mây không thể bay ra khỏi bầu trời chỉ rơi xuống đất
Sông không thể chảy lên trời mà ra nẻo biển khơi
Không cái gì thoát ra nếu thiếu đi sức mạnh phi thuyền
Từ ngàn năm rồi loài người vẫn đi lại quẩn quanh mặt đất
Mắt ngước lên trời gửi giấc mơ bay
Xi-ôn-cốp-xki hóa thân thành tên lửa đấy
Đốt nóng trái tim tên lửa vút vào đời.

Hỡi những thiên tài điên điên
Sô-panh làm nên giai điệu thánh thần
Lê-nin đưa con người tự do vào trại lính
Hàn Mặc Tử làm thơ trăng xanh chết lặng
Dù có điên vượn cũng chẳng muốn hóa thành người
Nhạc sỹ hiến trái tim cho tổ quốc[3] lãnh tụ thì ướp xác xây lăng[4]
Nhân loại đốt trái tim thành ngọn lửa soi vào cõi nhân gian tìm Chúa Cả phụng thờ
Ai kìa, nắm tay vung lên cao chỉ trỏ và hô hét, gươm tuốt ra và đại bác gầm gào

Những trái tim chan chan máu xối
Tim to bằng nắm đấm bàn tay
Tay nắm lại bằng quả tim, nhưng trái tim mở ra ôm trùm trái đất
Máu đỏ lửa mặt trời và lạnh lẽo ánh trăng xanh
Trái tim Sô-panh không thể đập trong lồng ngực Lê-nin
Ngón tay Lê-nin không thể làm phím đàn dương cầm cất tiếng
Ngón tay ai gõ theo trái tim người ấy và tiếng đàn rung lên chính từ trái tim người
Giai cấp vô sản và các dân tộc bị áp bức trên toàn thế giới liên hiệp lại[5]
Không phải để thưởng thức tiếng đàn mà hò hét xông lên lật đổ ngai vua
Ai cũng tưởng sẽ thành ông chủ
Không có ông chủ nào đâu nếu vắng tiếng đàn
Không biết nhạc thì làm sao nghe nhạc
Quá lắm chỉ thấy tiếng "lừng phừng chối tai hơn cả tiếng lợn kêu"[6]
Trời sinh ra hàng tổng người, hàng huyện người
Chỉ đôi người biết đánh đàn tấu nhạc
Nghệ thuật từ trời truyền qua một vài thiên tài lay động cả thế gian
Tiếng đàn át cả tiếng đạn bom
Đạn bom ngân lên tan xương nát thịt
Tiếng đàn tạo nên tượng đài nghệ sỹ giữa nhân dân
Nghệ sỹ có quyền năng đánh thức những trái tim yên ngủ
Lãnh tụ thét ra lửa, thiêu đốt trái tim người hóa ra ma
Nhân loại không ai bầu ra kẻ độc tài, mà do quỷ Sa-tăng[7] phái chúng
Nhân loại không đẻ ra nghệ sỹ mà ông trời ưu ái ban cho
Kẻ độc tài và nghệ sỹ thiên tài cũng lưa thưa như sao buổi sớm
Nhưng trái tim không cùng nhịp đập bao giờ
Nghệ sỹ của nhân dân phải chống lại cường quyền

Kẻ độc tài ngàn đời chẳng ưa gì nghệ sỹ
Cái thiện và cái ác đấu chọi nhau gây bao cảnh điêu tàn
Sách của Lê-nin bóc từng trang phủ kín trái đất
Tiếng đàn Sô-panh chất ngất dải ngân hà
Hồ Chí Minh mang chủ nghĩa Mác, Lê-nin về Việt Nam dựng tương lai cộng sản
Đặng Thái Sơn mang trái tim Sô-panh nức nở tiếng dương cầm về xứ sở điêu linh
Hồ Chí Minh và Đặng Thái Sơn trở về Việt Nam với hành trang thế kỷ
Thế kỷ đau thương cánh cửa khép lại rồi
Đầu đốt đuốc dẫn ta đi tìm chân trời mới
Trái tim ơi hãy hát vang lên để không bị dối lừa
Ta vô sản ư? Không, ta có trái tim làm tài sản
Tài sản bất ly thân suốt cả cuộc đời
Trái tim cả tin, trái tim bị dối lừa và khóc
Nước mắt đỏ ròng ròng chảy qua kẽ ngón chân
Bàn chân ơi, hãy bước theo trái tim bốc lửa
Và khối óc lung linh sao Bắc Cực soi đường
Cuộc đời rồi sẽ cập bến bờ vui
Đừng tin những khẩu hiệu xui ta thành súc vật
Bàn tay ma quỷ nhéo cò nắm thành trái tim đen
Trái tim ấy hồi hộp theo tiếng gầm đại bác
Không rung lên theo khúc nhạc cung đàn
Người tình, người vợ Sô-panh đã nâng cánh phượng hoàng bay trên bầu trời âm nhạc
Nhưng người vợ, người yêu của Lê-nin liệu có giúp Hồng quân giết chết Sa Hoàng?
Sức nóng trái tim tình yêu của họ liệu có lan vào phòng hòa nhạc, hay cuộc mít-tinh
Tiếng đàn Sô-panh rung lên suối nhạc tuôn trào
Bàn tay Lê-nin vung cao thác người gầm thét

Làm người tình kẻ điên nhưng cũng đáng tự hào
Trong cơn điên của thiên tài, họ trở thành người chị vỗ về an ủi chở con thuyền đậu bến bình yên

Phút thăng hoa của thiên tài, họ hóa thành tiên nữ
Ma-ri[8] cho Sô-panh làm nên bản nhạc van-xơ từ biệt và bông hồng để lại nỗi đau
Gioóc-giơ Xanh[9] như người bảo mẫu, nhưng Sô-panh vẫn xếp nàng sau tổ quốc Ba Lan
I-nét-xa[10] yêu như điên U-li-a-nốp[11], khi qua đời được bạn tình "gửi viếng đồng chí một vòng hoa"
Krúp-xcai-a[12] người vợ dịu hiền tuy bị coi là tẻ nhạt, nhưng đã bao dung muốn thi hài chồng được chôn cất cạnh mộ tình nhân
Dù là vợ, hay người tình, thấy họ đều vĩ đại, bàn tay thiên thần và trái tim nhân hậu chắp cánh thiên tài và làm dịu những cơn điên
Nhưng họ không được tạc tượng, xây lăng tưởng niệm
Tình yêu vĩnh hằng dù tạo hóa bất công
Kẻ lên mây xanh phiêu du cùng thánh thần và quỷ dữ
Người dưới trần yên nghỉ nấm mồ xanh.

AK47 & AR15

Người Nga-Liên Xô chế ra khẩu súng bộ binh AK47
Người Mỹ-Hoa Kỳ chế ra khẩu súng bộ binh AR15
AK47 người Nga không cầm bắn Mỹ
AR15 người Mỹ không cầm bắn Nga Xô
Tất thảy chở bằng xe lửa và tàu thủy sang chiến trường Việt Nam
Người Việt Nam bắn người Việt Nam bằng AR15 và AK47
Liên Xô mở mang tiền đồn cộng sản Việt Nam
Hoa Kỳ ngăn chặn cộng sản lan xuống vùng Đông Nam Á
Cuộc chiến tranh ý thức hệ mở ra
Hàng triệu người chết đi mà cứ tưởng là cuộc chiến tranh giải phóng dân tộc, chống xâm lăng

Việc thống nhất Bắc-Nam cũng trở thành hệ quả
Bốn nhóm máu người Việt Nam cũng như của cả loài người
Bỗng đổ hoài và bao người hiến máu
Người Việt hóa thành hạt gấc, đồng xu cho phe cộng sản và thế giới tự do hùa vào đánh đáo

Hạt gấc mẻ, đồng xu mòn có thể lại thay
Nhưng máu xương đổ ra không có gì làm lại được
Bao lớp cháu con vùi trong ba thước đất
Tay vẫn cầm AK47 và AR15 nheo mắt ngắm vào nhau
Thống nhất hai miền rồi mà vẫn còn thù hận
Kẻ thất trận là người Việt hy sinh không được kiếm tìm

Chỉ quy tập hài cốt lính Mỹ và người theo cộng sản
Khiến oan hồn nơi chín suối ngậm cười
Những viên đạn đồng no tròn, vàng chóe
Không bị bủng beo ghẻ lở như người
Ghét nhau không mời rượu, mà cho nhau xơi kẹo đồng để trở về thế giới bên kia
Ghét nhau còn chi đằm thắm, nhìn nhau qua khe ngắm đầu ruồi
Ngón tay bóp cò tiếng súng nổ chơi vơi, có ai hay kết thúc một cuộc đời
Huân chương chiến công đeo lên ngực mà nụ cười méo xệch, cái xác kia mẹ nó khóc ồi ồi
Yêu súng như con, đứa con ác độc
Sinh ra chỉ để giết người thôi
Mỗi viên đạn một nấm mổ đắp vội
Không trống kèn, không bia mộ, khói nhang
Những khẩu súng lại thông nòng, lau báng
Nạp đạn đồng và lại ngắm nhau
Những cuộc hành binh từ rừng núi, xuống đồng bằng, vào thành phố
Nòng súng nhấp nhô, lưỡi lê tuốt trần và ánh mắt hờn căm
Lính tráng được học tập để căm thù phía đối phương là giặc:
- Chúng bán nước làm tay sai cho Mỹ-Hoa Kỳ
Nên chúng ta diệt thù vì lý tưởng cộng sản!
- Chúng bán nước làm tay sai cho Nga Xô, Trung Cộng
Nên chúng ta diệt thù vì thế giới tự do!
Mang tất cả hờn căm vào trận đánh
Có ai hay người chết cũng đồng bào
Cùng bọc trứng Âu Cơ sinh ra từ thuở ấy
Năm mươi người con theo mẹ Âu Cơ lên rừng phát nương làm rẫy
Năm mươi người con theo cha Lạc Long Quân xuống biển dựng cơ đồ

Dù Bắc, hay Nam cùng chung ngày giỗ tổ
Cùng chung dải đất hình chữ "S" các chúa Nguyễn dựng nên
Từ ải Nam Quan (Bắc Kỳ) đến bãi Cà Mau (Nam Bộ)
Lại có quần đảo Hoàng Sa, Trường Sa sóng vỗ dạt dào
Thế rồi lại chia kẻ Bắc, người Nam bắn nhau bằng AR15 và AK47
Máu lại chảy thành sông, xương chất thành núi mấy đận rồi
Hỡi mẹ Việt Nam có đau khi tay phải đánh vào tay trái
Những đứa con thức bồng súng, ngủ ôm súng, hát quân hành
Và nhăm nhăm xiết cò khói súng quyện khói nhang.

    Con ơi con ngủ cho muồi
Chớ đem khẩu súng bắn người, bắn ta
    Con ơi hãy sáng mắt ra
Chớ đem khẩu súng bắn ta, bắn người
    Con đau một, mẹ đau mười
Da vàng máu đỏ cùng người Việt Nam
    Dù cho đói khổ bần hàn
Việt Nam vẫn cứ Việt Nam muôn đời
    Bây giờ Chúa Cả về trời
Đảo kia đã mất, núi đồi còn đâu
    Hỏi người trước, hỏi người sau
Hỏi Nam, hỏi Bắc, hỏi đâu bây giờ?
    Ơi à, à ơi!

*

Ánh sáng ma quái của lửa đạn khiến khuôn mặt chiến binh dị dạng

Âm thanh quái gở của súng trận làm chiến binh cuồng điên
Những khẩu súng AK47 và AR15
Những quả tên lửa SAM và rốc-két
Những máy bay Mich (Mig) và Thần Sấm, Con ma
Những chuyên gia Nga và cố vấn Mỹ
Những làng mạc, phố phường miền Bắc, miền Nam
Những người thanh niên hai miền nước Việt
Một cuộc đụng đầu lịch sử giữa hai phe
Cờ nền vàng ba sọc đỏ, hay cờ nền đỏ sao vàng
Cùng làm lễ tế thần cho cờ búa liềm và cờ hoa kẻ sọc
Đau thương chết chóc
Tự mình làm bầm giập lẫn nhau
Và khi pháo hoa bắn mừng chiến thắng
Có hay đâu hàng triệu con người phải đi cải tạo, vượt biên
Cuộc chiến tương tàn nồi da xáo thịt tan nát đồng bào
Ngư ông đắc lợi ngự điện Krem-lin, Trung Nam Hải và lầu Ngũ Giác
Những quân cờ Việt Nam đã chết
Ngư ông hai phe bày lại ván khác chơi
Cỏ cây mọc lại, làng phố dựng xây, người sinh lớp mới
Lại lao đầu vào chuẩn bị chiến tranh
Và cuối cùng kẻ chiến bại là dân
Chiến tranh và hòa bình như ngày và đêm chuyển tiếp
Tiếng kèn trận gà rừng làm hoảng hốt cả bình minh.

Xe lửa & Tàu thủy

Xe lửa gõ cung đàn đường sắt
Tà-vẹt tấu lên và khoảng lặng sân ga
Đường ray nối đi xa dưới ánh mặt trời ánh lên đôi song kiếm
Đoàn tàu hả hê cười độc chiếm phía chân mây
Bánh xe gõ nhịp nhàng nốt nhạc nối ray
Nhịp điệu đều đều như tiếng bánh xe đồng hồ mệt mỏi
Gã nhạc công mang trái tim người thợ đốt nồi hơi
Cành cạch, cành cạch, cành cạch ru khán giả mệt phờ vào giấc ngủ
Nhạc trưởng cầm dùi cui thay đũa chỉ huy.

Ô kìa, trên sông kia có con tàu thủy
Cất tiếng còi chào âm vang cả dòng sông
Cái ống khói cũng phun lên trời một màn sương trắng
Chân vịt khua sùng sục phía đuôi tàu
Đường của nó là dòng sông và nhà ga là bến đậu
Tàu thủy tung tăng bơi như một chú vịt bầu
Ì oạp vỗ mạn tàu gửi nụ hôn sóng nước
Tàu trở lại khúc sông đây, sóng vỗ bến khác rồi
Xe lửa có ga đầu ga cuối
Tàu thủy không biết bến đợi chót ở nơi đâu
Mỗi chuyến đi tìm một bờ bến mới
Thủy thủ đoàn mang trái tim lãng du

Qua thành phố mũi tàu dâng hoa sóng
Bóng cô gái nhạt nhòa đứng tựa ban-công
Cưỡi sóng mà đi, tiếng còi tàu vọng lại
Neo đậu phố phường con tàu trắng chia phôi
Những dáng núi uy nghi bên dòng sông thăm thẳm
Bóng đàn dê ngỡ cũng bị nhấn chìm
Con dê cụ ngắm nhìn chàng thủy thủ
Thủy thủ vuốt râu như thể tâm tình
Triền cát trắng trải dài bờ sông vắng
Không biết Tiên Dung quây buồng tắm chỗ nào
Thủy thủ mơ thành Chử Đồng Tử
Cởi trần, mặc xịp đứng trên boong
Kìa cô gái ra sông giặt áo
Gió cồn cào trên ngực sóng phì nhiêu
Anh muốn hóa thân mình làm áo
Em giặt, em vò, em ấp, em hong
Cây gạo thắp đèn hoa đăng trẩy hội
Thuyền bè san sát lá tre trôi
Con tàu ngạo nghễ chào thuyền bạn
Cất một hồi còi vang xa khơi.

*

Những bánh thép nghiến trên đường ray thép
Sức mạnh không gì cản được lướt trong đêm
Nó tạo ra bão lốc, sấm rền
Và trên cửa sổ toa tàu những gương mặt hân hoan

Nhìn đồng ruộng đang trải ra vô tận
Con trâu cày ruộng, lũ trẻ chăn bò
Ngoài xa kia là biển cả mịt mờ
Thuyền đánh cá dật dờ trên ngọn sóng
Tiếng còi tàu thét lên hùng dũng
Báo hiệu vào đường hầm ngỡ tọt xuống âm ty
Hành khách biết thế nào là địa ngục
Thì ra người ta đâu chỉ chết một lần
Rồi đoàn tàu lại toài ra như rắn
Cửa sổ lại òa lên những gương mặt reo cười
Ánh sáng của mặt trời ban cho trái đất
Và loài người tranh lấy hưởng phần hơn
Ánh sáng tích cóp trong hạt lúa
Ánh sáng cười trên mỗi đóa hoa
Ánh sáng lấp lóa trong dòng suối
Ánh sáng hừng lên trên đôi môi
Ánh sáng lặn vào trong chùm quả
Ánh sáng òa lên những trận cười
Đoàn tàu cứ lao đi như bầy ngựa cuồng phi
Ngỡ nhà ga không bẻ ghi và bật đèn tín hiệu
Nó chở những trận cười bằng sức mạnh vô tri.

Tịch, tịch, tịch…
Tiếng trống định âm vang trên loa như tràng súng máy
Đoàn tàu vẫn lao đi như kẻ phát cuồng.

Tùng, tùng, tùng...
Tiếng trống lại vang lên và con tàu xung trận
Những chuỗi cười bên cửa sổ hóa điên.

Crầm, crầm, crầm...
Không phải trống định âm vang lên lần chót
Mà đoàn tàu lao xuống vực kịch đường ray
Tiếng sắt thép toa tàu rơi chồng chất
Ngỡ như là núi lở tự trời cao
Tiếng kêu thét nhòa đi trong khiếp đảm
Đoàn tàu rơi không còn dấu vết nào
Đường ray vẫn sáng ngời đôi song kiếm
Đang vung lên tiễn biệt đoàn tàu
Hành khách lúc lên tàu không biết sẽ về đâu
Chỉ nghe nói ga cuối cùng sung sướng lắm
"Của cải dạt dào tuôn như suối ban mai"[13]
Và ai ngờ không còn bóng tương lai.

*

Đám thủy thủ vẫn theo tàu lướt sóng
Của cải chất đầy hầm, tràn cả lên boong
Nhưng vẫn nhảy lên bờ vơ vét
Rượu và gái đẹp, vàng bạc và tiền
Khi bị đuổi liền nhổ neo, bắn lại
Có tiền nặng bầu mặc sức nghênh ngang
Đêm nay trên tàu mở hội hóa trang

Đám thủy thủ hò reo đeo mặt nạ
Rước lên tàu cả thủy thần, hà bá
Cả mấy cô nàng giặt áo bến sông
Con tàu rung lên như sàn nhà hát.

Crằm, crằm, crằm… vẫn tiếng trống định âm
Gót giày nện trên boong và lắc lư con sóng.

Tùng, tùng, tùng…
Tiếng nhạc trầm hùng như giục hát quốc ca
Tất cả bỏ mặt nạ ra và hôn hít.

Tịch, tịch, tịch…
Nốt nhạc chùm ba báo hiệu nhổ neo
Còi lại hụ lên hươi hưởi một lời chào.

Có không? & Không có!

Không có tự do tư tưởng và xuất bản tư nhân
Nhà văn làm sao tự do sáng tác?
Tư tưởng bị phong tỏa, đành phải đi minh họa
Con chim nhốt ở trong lồng chỉ bay bằng khát vọng phía trời xanh
Ai sinh cảnh trớ trêu, ông Mác truyền cho Lê-nin, Lê-nin truyền lại Hồ Chí Minh
Phép sáng tác hiện thực xã hội chủ nghĩa chỉ có ngợi ca đảng cộng sản và lãnh tụ
Hệ quả tạo ra bồi bút mà vắng bóng nhà văn
Nhà văn phải tự do làm ra thế giới của mình cùng độc giả
Độc giả cần nhà văn sáng tạo về thân phận những con người.

Ngày xửa ngày xưa đã tự lâu rồi
Biểu tượng nhà văn là cây bút
Cây bút là cái cọ vẽ tranh phong cảnh
Cây bút là cụ già kể chuyện đêm khuya
Cây bút là khẩu súng bắn vào kẻ thù bạo nghịch
Cây bút là lá chắn chở che thân phận yếu hèn
Cây bút là bình nước tưới cho hoa nở
Cây bút là dòng sông chở phù sa bồi đắp bãi bờ
Cây bút là ngọn gió lang thang bay khắp nẻo…
Nhưng cây bút đã bị uốn cong rồi
Đổi lấy sự bình an và áo cơm, gạo tiền, bổng lộc
Cây bút phải cúi đầu ô nhục

Ngợi ca cường quyền quay lưng lại nhân gian
Cây bút trở thành cái loa lắp trên xe lửa
Ca ngợi đoàn tàu đang lao tới vực sâu
Cây bút gọi Lê-nin là lãnh tụ bậc thầy
Hồ Chí Minh cũng hóa thành nhà tư tưởng
Tụng nghị quyết và tán dương bạo lực
"Lanh-téc na-xi-on-na-lơ sẽ là xã hội tương lai"[14]
Ai cũng ngỡ "bao nhiêu lợi quyền ắt qua tay mình"[15]
Nhưng ngoảnh lại không có chi sất cả
Nhà văn như một con công xòe đôi cánh sắc màu ra quyến rũ, vũ điệu ngàn năm của sinh
tồn
Nhà văn như con khướu hót líu lo ồn ã cả cánh rừng, nhưng chẳng biết để làm chi như thế
Nhà văn như một bầy cừu nhẫn nhục dưới làn roi và đàn chó chăn cừu
Cây bút trở thành cần câu cơm, bậc thang danh vọng và huy chương xủng xoẻng
Tuy giá sách xếp đầy tác phẩm, nhưng nhà văn không có gì lưu lại thế gian
Nhà văn nói vụng trộm những điều tâm huyết, nhưng khi viết ra phải gọt chân để vừa giày
Những điều giả dối tụng ca đưa vào tác phẩm, sơn son thếp vàng cúng bái với hương hoa
Nghĩ mà buồn văn sỹ, bị trộm trái tim khối óc mà không hay biết
Phàm là nhà văn phải cái gì cũng biết, nhưng làm như không biết
Khi cầm bút thì chỉ biết có mình với đời, tự làm đại bàng và chúa sơn lâm
"Nay sa cơ, bị nhục nhằn tù hãm
Để làm trò lạ mắt, thứ đồ chơi
(...)
Ta biết ta chúa tể của muôn loài
Giữa chốn thảo hoa không tên, không tuổi"[16]

Hỏi hoài ***Có không***?
Lặn lội đi tìm, cuối cùng vẫn là ***Không có!***
Câu hỏi đặt ra đâu chỉ với loài người
Con thú dỏng tai chợt nghe tiếng động
Con chim nghiêng đầu gió mách điều chi
Và tự tìm ra câu trả lời điều khiển vó chân và đôi cánh
Nhưng chỉ có con người mới tìm ra câu trả lời cho cái **Có** và **Không**.

Nghị quyết & Pháp luật

Nghị quyết ban hành như chiếu chỉ nhà vua
Cao hơn luật và thấp hơn chỉ thị
Lệnh miệng, ngoắc tay, hất hàm, đưa mắt còn giá trị hơn
Nhà nước không có luật ư? Có luật!
Luật và hiến pháp ngày một nhiều như lá cây, đầy như nước lụt
Nhưng tất thảy lại thấp hơn tiền
Đồng tiền quyền biến đứng sau cánh gà như đạo diễn tích trò xưa
Tay cầm nghị quyết, tay nắm đồng tiền, quyền lực vô biên như hoàng đế
Vừa có chính trị, vừa có kinh tế, vững hai chân như thủy thủ giữa boong tàu
Ai cũng biết có đồng tiền làm gì cũng ổn, nhưng vẫn phải hùa khen nghị quyết sáng soi
Người ta sinh ra trong giả dối, sống trong giả dối, làm ra giả dối và chết trong giả dối
Nhưng không dám thật thà, thật thà quá hóa ngu si
Bạn ơi, hãy lên tàu đi, cầm thẻ đỏ thay cho tấm vé
Những người đồng thuận cùng đồng hành trên song kiếm đường ray
Kẻ nào không đồng thuận cho nghiến nát dưới bánh xe quay
Cái gì cũng mù mà mù mờ kể cả kiếm tiền, tiêu tiền và thăng tiến
Guồng máy vẫn quay đều muốn làm đinh ốc hãy chi ngân
Xình xịch, xình xịch toa tàu chở đầy nghị quyết, ba-đờ-xốc pháp luật và cắm cờ chỉ thị
Trưởng tàu kiệm lời, uy nghi như vua
Hành khách chỉ cười và hát để ngợi ca.

- Hãy kéo còi đi!
Tay lái tàu nhấn nút.

- Tăng tốc lên nào!
Gã công nhân xúc xẻng than đổ vào lò.

- Mở loa!
Đám nghệ sỹ truyền qua loa rậm rịch khúc quân hành và lãnh tụ ca.

- Đóng cửa lại!
Dù bên này là đồng hoa, bên kia thác đổ.

- Tăng tốc nữa lên nào, vượt thời gian đến đích, nối thêm ray!
Hành khách hóa thành công nhân như lột xác với cuốc chim, xà beng và xẻng sẵn trên tay.

- Kịch đường rồi!
Người nào đó hoảng hốt kêu van
Nhưng tất cả dường như đã muộn.

Crầm, crầm, crầm...
Trống định âm giật lên nốt cuối
Đầu tàu rơi
Toa đầu rơi
Toa giữa rơi
Toa cuối rơi
Đường ray vẫn ánh lên thanh kiếm song đôi
Nghị quyết vùi lên những xác người
Những điều luật xây lên từ nghị quyết
Ràng buộc con người như một mớ dây cương
Và tất cả vùi chôn trong dĩ vãng.

*
Hãy bước lên hàng đầu, những chủ nhân ông!
Rẽ sang phải nào, hỡi nhân dân làm chủ!
Phá đền chùa đi, chống mê tín dị đoan!
Thắt lưng buộc bụng dựng xây xã hội!
Biết phục tùng sẽ sớm đến tương lai!
Lãnh tụ, trưởng tàu, lái tàu không còn nữa
Chỉ thị vẫn vang lên dưới vực sâu
Bóng ma ám nhân loại còn dai dẳng
Rủ rê người đời theo tiếng vọng tu tu...
"Dưới ánh sáng nghị quyết" con tàu đi đến chỗ kịch tầm
Chủ thuyết xã hội phiêu lưu ngang đường đuốc tắt
Cái gì cũng dán mác **nhân dân**, nhưng phải có lưỡi lê và súng đi kèm
Đường xuống âm ty có quỷ đưa đường, ma dẫn lối
Vang vang trên chín tầng trời:
"Hãy chọn con đường tốt mà đi!".[17]

Gia đình & Thần thánh

Em ơi,
Chúng mình cưới nhau và sinh ra một đàn con
Một đứa làm quan để còn nhờ vả
Một đứa đi buôn bán kiếm tiền
Một đứa làm ruộng phòng khi thất bát
Một đứa nghề y phòng khi mắc bệnh hiểm nghèo
Một đứa thầy tu nương nhờ thần thánh
Một đứa kỹ sư chế tạo máy bay để cả nhà vi vút trên mây
Một đứa ngẩn ngơ, tuổi già cũng đỡ buồn cô quạnh.

Anh ơi,
Thằng cả làm quan
Thằng hai đi buôn
Thằng ba làm ruộng
Thằng tư nghề y
Thằng năm thầy tu
Thằng sáu kỹ sư, em mừng hởi dạ
Còn thằng út ngẩn ngơ em nghĩ đau lòng.

Em ơi,
Ai chẳng muốn con ngoan, khô đầu khô sọ, danh giá với đời
Nhưng nhà nào cũng phải góp với đời một kẻ ngẩn ngơ, hoặc một tên khốn nạn

Trời đã sinh ra tự thế rồi
Giữa cái khốn nạn và ngẩn ngơ ta chọn lấy một phần như vậy
Không nỡ đùn cho nhà khác gánh thay.

Anh ơi,
Anh chu toàn nhưng chưa hiểu hết đàn bà
Ai cũng muốn mình có thêm mụn gái
Mừng, giận sẻ chia, hôm sớm tâm tình.

Em ơi,
Anh rõ là ích kỷ đàn ông
Mình sẽ sinh thêm đứa con gái nữa
Cho làm nghề giáo viên dạy trẻ nên người.

Anh ơi,
Ông hoàng của em ơi, anh thật tuyệt vời
Nhà mình sẽ có mười người, nấu cơm nồi quân dụng
Lo chuyện ăn, chuyện mặc cũng sụn lưng.

Em ơi,
Anh sẽ dựng năm gian nhà đất mái tranh
Anh sẽ xây ba tầng nhà gạch mái bằng
Đào giếng nước ăn, quây hồ tắm mát
Bọn trẻ vùng vẫy bơi đùa như chó con
Anh sẽ đóng kiệu thuê tám người khiêng
Anh sẽ mua một con tàu thủy

Cho em ngày ngày dạo chơi như một bà hoàng.

Anh ơi,
Em sẽ kể cho các con nghe
Ngày xửa ngày xưa
Nơi đây có con đường xe lửa
Đôi song kiếm là hai thanh ray
Và chỗ vực kia là kịch đường tàu
Bây giờ dành cho vận động viên leo núi
Các nhà khảo cổ đã khai quật và tìm thấy
Những cái bánh xe tròn tròn và xẻng xúc than
Những bộ xương người chồng chất lấm lem.

Em ơi,
Con sẽ hỏi, tại sao họ chết
Và tại sao lại hết đường tàu?

Anh ơi,
Em sẽ trả lời, tại vì động đất
Một ngày kia, núi lửa bỗng phun trào
Tất cả bổ nhào thụt xuống vực sâu.

Em ơi,
Đó là chuyện hóa thành cổ tích
Trẻ con lớn lên sẽ tìm trong pho sử và viện bảo tàng
Mình phải dạy con những điều trung thực

Trung thực làm nên cốt cách con người
Là bệ phóng cho chúng vào đời và làm nên tương lai xã hội.

Anh ơi,
Đom đóm mệt nằm thườn bờ cỏ
Sao lim dim buồn ngủ lưng trời
Bên nhà em chắc đã đóng cổng rồi
Em làm sao về, sợ mẹ cha mắng chửi.

Em yêu ơi, anh sẽ đưa về
Kể chuyện ước mơ và chuyện chúng mình nữa nhỉ?
Bây giờ theo anh dìu lên mây xanh
Hái mấy hạt sao đính vào khuy áo
Tết lên mái tóc nạm hoa vàng
Lượm mảnh trăng xanh cài lược ngọc
Ngắt ngây hương biếc gió phiêu bồng
Thần bảo vệ khụng khiệng ra mở cửa
Thần vệ sinh lau bàn ghế quét nhà
Thần Ô-sin pha trà rót nước
Ngọc Hoàng bệ vệ ngồi lên ngai
Thần gió bật công tắc quạt hầu
Thần âm thanh mang mi-crô không dây cài lên khuy áo
Nom như nụ hoa e ấp giữa thiên đình
Ngọc Hoàng hỏi sao đi chơi khuya thế
Em ngượng ngùng đỏ mặt chẳng nói chi
Anh vội tâu về ước mơ đôi lứa

Ngọc Hoàng cười, các thần cười rung rinh cả tầng xanh:
- Khéo khen các ngươi sớm biết lo toan
Ta sẽ y cho đề huề nơi hạ giới!
Các thần hoan hô trong tay áo thụng, tung hô vạn tuế Ngọc Hoàng
Em rạng rỡ cười mặt ngời lên như đóa hoa xuân
Thần chăn mây dẫn đi xem cầu vồng
Em sợ hãi ngỡ là cây song kiếm
Ghé thăm lâu đài mây tím, mái lợp mây vàng, cửa bằng mây đỏ
Thoảng trong hương gió mùi sen thanh khiết chốn đồng quê
Lên thăm cung trăng chị Hằng tặng em lược vàng, cho anh túi gấm
Anh ngại ngùng, chị bảo đựng thơ văn
Chú cuội đến chơi cho anh ống sáo
Tấu nhạc lên trâu đứng ngẩn ra cười
Đôi chúng mình được sống cõi thần tiên
Bố mắng mẹ la cầm lòng cũng thỏa.

*

Một thời cả làng cả nước cùng làm cùng hưởng
Nhưng cha chung không ai khóc đã sụp đổ tan tành
Ruộng đất cắm biển chia đều và con trâu quả thực
Rồi lại góp vào hợp tác tất thảy chung
Nông dân lại trắng tay vẫn ngỡ mình có quyền làm chủ
Tất cả mộng mơ trên chín tầng trời
Ở trên đó cái gì cũng đẹp
Người trở thành tiên của cải chảy dạt dào
Mỗi con người tỏa sáng một vì sao.

Khi con tàu vũ trụ đổ bộ lên mặt trăng, sao hỏa
Nóng lạnh thất thường, sỏi đá cằn khô
Xã hội tương lai mà như trăng sao ấy
Khác gì nghĩa địa vạn nấm mồ chất chứa đống xương khô
Phải chăng là hiện thực của giấc mơ
Đường xã hội quanh co tội lỗi
Nào có bằng tư bản cho cam
Nhưng tất cả không được thở than
Phải tụng ca xã hội là tương lai nhân loại
Cái không có làm sao tìm thành có
Đành khất lần ở phía ấy- tương lai…

Đom đóm & Bầy sao

Đàn đom đóm bay vào thành phố
Ẩn bóng đèn đường và phòng ngủ uyên ương
Chúng nhìn thấy ô-tô chiếu đèn pha như thợ săn dọi đèn ló trong rừng
Và đôi uyên ương quyện vào nhau như đôi rắn quấn
Những con rắn như những mẩu dây vương vãi
Chúng cũng lắp đôi đèn ló lên đầu làm mắt dở thuật thôi miên đi cắn kẻ thù
Đôi uyên ương dìu nhau ra vỉa hè ăn tối
Ngước thấy bóng đèn đường, ngỡ phòng ngủ lại hôn nhau.

Trên trời cao bầy sao cần cù
Sao Vịt lặn ngụp kiếm ăn
Sao Thần Nông dạy dân cấy lúa
Sao Bắc Đẩu cầm đèn định vị
Sao Gàu Sòng tát nước suốt đêm thâu.

Tiếng nhạc Sô-panh cất lên từ đâu
Có phải tiếng dương cầm từ căn gác nhỏ
Tiếng hát ai quyến rũ
"Ôi, buồn làm chi, luyến tiếc làm chi
Dù bao lời cũ nhắc ta bên người thân yêu…"[18]
Những vì sao nhỏ lệ rơi trên phím đàn
Đàn đom đóm kết đèn viền nốt nhạc
Khúc nhạc rưng rưng vầng sáng nhạt nhòa.

Đôi trẻ khóc và đèn đường vụt tắt
Ô-tô dừng và lũ rắn cũng nằm im
Trong bóng đêm bỗng ngân lên da diết
Tiếng vĩ cầm của chàng dế nỉ non
Tiếng sao rơi gõ trống trên phiến lá
Tiếng trái tim hồi hộp đập lưng trời
Và tiếng của những cuộc đời lam lũ
Ngủ mê man kêu ú ớ điều chi
Hết một khoảng lặng dài ngưng nghỉ
Đàn lại tấu lên và tiếng hát lại ngân dài
Sao vỗ cánh bay lên và làm lụng
Đom đóm lại thắp đèn đường và phòng ngủ nhà ai
Ô-tô chạy và rắn quài hối hả
Đôi uyên ương tỉnh dậy bước xuống đường
Một ngày mới rộn ràng từng góc phố
Sao nhắm mắt nghỉ ngơi, đom đóm lại về rừng.

Em ơi, chúng mình là đôi uyên ương ấy
Thoát xác ve mà sống ở bên trời
Người nghệ sỹ bấm phím đàn như múa
Mắt nhắm nghiền mà tay vẫn cứ khua
Ngỡ mỗi ngón tay cũng chừng có mắt
Lim dim nhìn, lim dim thức, lim dim…
Những nốt nhạc từ trong tim rộn rã
Tuôn dạt dào qua muôn ngả suối xa
Bay lên trời với sao Thần Nông cấy lúa

Sao Vịt lội bơi, sao Gàu tát ì uồm
Và ghé lại cho chị Hằng ngưỡng mộ
Cuội cưỡi trâu về ngơ ngẩn gốc đa xanh
Ai đã ôm trái tim Sô-panh
Trái tim nóng đập trong lồng ngực trẻ
Lồng ngực Việt Nam và trái tim Ba Lan
Cùng thấu hiểu nỗi đau trần thế
Dòng nhạc chảy xuyên qua thế kỷ
Tiếng đàn ngân lên rung động bốn phương trời
Vượt lên thời gian, mạnh hơn cường quyền, nóng hơn núi lửa
Và mặn nồng như trái cấm trao nhau
Hỡi các thánh thần, tàu thủy và đom đóm
Quần tụ về đây cùng hát lên nào
Thôi, đừng buồn mà chi, luyến tiếc mà chi
Quên đi kỷ niệm bên người yêu kiều diễm!
Đom đóm đêm nay có còn thắp đèn
Bầy sao đêm nay có còn làm lụng
Đôi uyên ương có còn như cặp rắn
Lũ rắn kia còn có đội đèn săn
Và ô-tô nổ máy bật đèn
Quên hết rồi kỷ cương và pháp luật
Chỉ còn tiếng đàn và tiếng hát xa xăm…

Những con đom đóm mang ánh sao cài vào màn đêm
Lão sấm rầm rầm đóng cửa nhà trời lại
Mây tức tưởi đổ mưa

Đồng ruộng nứt toác nỗi đau khô hạn, lại phả phê vui tiệc nước giao mùa
Lời của nước thì thầm từng thớ đất
Đất bồi hồi ôm ấp nỗi khát khao
Ngón đàn Đặng Thái Sơn gõ vào từng tế bào Sô-panh vĩ đại
Nhạc sỹ mở trái tim và truyền lửa cho nhau
Tự hai phương trời, hai thế kỷ, hai tâm hồn đồng điệu
Mưa trên phím đàn
Máu con tim thánh thót mạch thời gian
Tiếng búa gõ những vì sao ẩn hiện
Ngón tay khua sóng phím chảy phộp phồng
Ta về gom cả tình yêu lại
Gieo đầy vì sao lên trời xanh.

Âm thanh & Thánh thần. A men!

Hỡi nàng Ma-ri
Bông hoa hồng Sô-panh đã gắn xi
Bản van-xơ biệt ly
Phím đàn rung lên trái tim rỉ máu
Nỗi đau truyền qua thế kỷ, truyền qua những con tim hòa nhịp đập bàng hoàng
Nỗi đau của Ma-ri có bản van-xơ làm chứng
Nỗi cô đơn Sô-panh ẩn trong bông hồng niêm phong
Cánh hồng rơi như mảnh tim tơi bời
Như mặt trời bừng cháy muôn tai lửa
Này là tai lửa hình trái tim cho Prô-mê-tê!
Này là tai lửa hình đóa hoa hồng cho Sô-panh, nhận lấy!
Ngọn lửa reo lên âm thanh thánh thiện, linh hồn người thoát khỏi phận thú hoang
Ngọn lửa hình ngón tay luôn với lên trời
Ngọn lửa hình đóa hoa nở cả trong đêm đông giá lạnh
Lửa giữ trong que diêm, con cúi, bông hồng
Hãy nướng chín thịt mà ăn. A men!
Hãy sưởi ấm đêm trường giá lạnh. A men!
Âm thanh rộn ràng reo trên phím đàn, mở cửa trái tim mà nghe, hãy thoát khỏi thời mông muội

Hãy chế đàn và đánh đàn cùng nghe. A men!
Hãy gửi cho nhau tiếng đàn bốc lửa. A men!
Ngọn lửa và tiếng đàn chắp cánh cho con người bay tới tương lai

Prô-mê-tê bị xiềng trên vách núi
Trái tim đỏ lửa cháy cả trời
Vận động viên rước ngọn đuốc thần kỳ
Châm đài lửa cháy lưng trời bão tố
Tiếng ngọn lửa reo âm thanh huyền bí
Con người nghe thấy mùi thịt chín xông lên
Con người ngửi thấy mùi vinh quang lao tới
Quay cuồng quanh ngọn lửa nhảy múa
Con gái, con trai bắn lửa vào nhau
Ngọn lửa cháy chín hồng đôi má
Ngọn lửa reo ánh mắt long lanh
Trái tim gặp trái tim lại bốc thành ngọn lửa
Ánh mắt găm vào ánh mắt cháy lứa đôi
Âm thanh của ánh mắt chạm nhau chỉ trái tim nghe thấy
Trái tim đập rộn ràng chỉ ánh mắt thấu tâm can
Trái tim Sô-panh đập trên mười đầu ngón tay, cả nắm đấm bàn tay và bàn chân đạp pê-đan
                   khắc khoải
Toàn thân chàng trở thành cây đàn thánh thót vang ngân, cháy hết mình bằng ngọn lửa
             âm thanh, không nhìn thấy, nhưng nghe thấy được
Âm thanh truyền qua không gian đến năm châu bốn biển
Âm thanh vang lên tận cung trăng, sao Hỏa, sao Kim
Âm thanh truyền qua thế kỷ, qua thế hệ, qua tường lửa
Người ta cất giữ âm thanh vào kho băng từ cát-xét, đĩa mềm, CD và USP
Người ta gửi âm thanh vào cây đàn, giọng hát lời ca và đóa hoa hồng
Thánh thần nghe tiếng chuông thỉnh thì về, thấy lửa nhang đèn thì đến
Âm thanh và ngọn lửa

Chuông ngân và trái tim nức nở
Gọi thánh thần. A men!

Chú dế kéo vĩ cầm trong đêm
Lão bò thổi tù và vọng vang đồi núi
Chàng gà rừng thổi kèn chùm ba: te te te, te...
Tất cả những âm thanh của đồng quê rừng suối
Đậu trong bản đàn Sô-panh
Dế vểnh râu ngất ngư
Bò lắc lư cặp sừng
Gà rừng nghiêng mỏ lắng tai
Con người từ thiên nhiên mà ra, rồi trở về thiên nhiên sinh sống
Bản đàn mô phỏng từ ánh đom đóm lập lòe đến bầy sao long lanh
Tiếng đàn vọng lên từ trời xanh và dội vào đôi tai của cánh hoa, râu dế, sừng bò, mỏ gà
Điệu van-xơ vĩnh biệt giấu trong bông hoa hồng dù có gắn xi, thì tình yêu vẫn bay ra cùng
                                            hương hoa và cất tiếng

Tiếng của dại khờ, tiếng của đam mê
Tiếng của dế đêm, bò chiều, gà sáng
Tiếng của đom đóm, tiếng của bầy sao
Tiếng của tình yêu gọi tình yêu khắc khoải
Những ngón tay rung lên gọi cả vũ trụ về
Tiếng kêu than của lê dân vọng thấu trời xanh
Ngọn lửa hờn căm bốc cháy thùng thuốc súng
Người nghệ sỹ đánh trống, thổi kèn
Người chiến sỹ phất cờ reo phần phật
Giục triệu trái tim tức nước vỡ bờ.

Tiếng thì thầm bên gốc cây đêm tối
Đom đóm lượn lờ nghe trai gái ngỏ lời yêu
Tiếng thì thầm bên gối và đèn buồng nhắm mắt xây lưng
Tiếng thì thầm bắc qua đêm trắng cây cầu vồng tỏa xuống một bóng đen
Đặng Thái Sơn thì thầm với cây đàn, thì thầm với trái tim Sô-panh nhỏ máu
Tổ quốc, mẹ hiền hơn hết thảy mọi tình yêu
Bọn bán linh hồn cho quỷ Sa-tăng thì thầm lập nên hội kín
Chúng thì thầm hè nhau lừa nhân dân đến chốn nhà mồ
Nghệ sỹ biết, tiếng đàn rung lên, nhưng không ngăn cản được
Mười ngón tay cháy lưng trời và đổ ập xuống thế gian
Cả thế gian bần bật một tiếng đàn.

Thà điếc còn được nghe bằng răng
Người điếc nhìn tay và đoán khẩu hình
Người điếc nghe bằng trái tim thổn thức
Mỗi kiếp người ôm một kiếp khổ đau
Thánh thần thắp lên ngọn đuốc vô hình
Thánh thần cất lên tiếng gọi vô thanh
Lê dân và thánh thần sợi dây trời ràng buộc
Nỗi đau của lê dân chỉ thánh thần mới thấu
Thánh thần phù hộ lê dân, lê dân lập đền thờ
Ngày sóc vọng khấn cầu thường lệ
Gặp nỗi oan dậy đất lòa mây thì thỉnh chuông, thắp nến, châm đèn, dâng hương, bày hoa
Cầu thánh thần về giúp dân diệt ác
Cái ác nảy nở như cỏ dại, rắn độc rất gần mà lại rất xa
Thánh thần an ủi thoảng qua như khói hương, mờ như tiếng chuông tuy xa mà gần

Tuổi già nhìn thấy thánh thần, trò chuyện với thánh thần, rồi cùng theo sang bên kia thế giới
Ai cũng một lần trong đời đi không trở lại, không kịp kể chuyện gặp thánh thần với lũ
                                                                                            cháu con

Linh hồn phiêu diêu trong thế giới tâm linh xa lơ xa lắc
Con người nói chuyện với thánh thần qua đồng tiền xin đài âm dương
Ngài giận úp hai đồng sấp
Ngài cười cùng bật ngửa
Đồng xu quay tít ngài múa thung thăng
Và hát rằng:
      Bản đàn thì có Sô-panh
Chuyên chính, giai cấp Lệ Ninh[19] đứng đầu
      Bảo cho chớ có lên tàu
Một đôi song kiếm rụng đầu như chơi.

Ánh sáng & Chúa Cả

Cái gì sinh ra gà
Quả trứng tròn đủ sống
Cái gì sinh trứng
Cặp trống mái thụ thai
Sự huyền diệu từ trời
Theo luồng ánh sáng
Chúa xuống trần gian
Ánh sáng rọi từ trái tim em
Anh đánh đường tìm đến và cầu nguyện
Tiếng sập bờ mi
Nước mắt róc rách khóe môi
Long lanh nụ cười
Xương sườn gửi thông điệp tình yêu muôn đời chung thủy
Bàn tay Chúa và lời con rắn, chúng ta ăn trái cấm địa đàng
Thương em chịu nỗi đau sinh nở
Bé chào đời bằng nguồn sáng thiêng liêng
Trời don mây xòe ô che nắng
Gió ngân lên bảy sắc cầu vồng
Những hạt sáng buông xuống từ trời
Rơi vào đài hoa thành nhụy
Rơi vào khóm lúa xây bông
Rơi xuống đất thành tầng vàng cốm

Rơi xuống tóc em như phủ phấn vàng
Rơi vào gió lanh canh tiếng nhạc
Rơi theo sông lấp lánh tận chân trời.

Chúng mình bay lên trong tình yêu
Bỏ hết áo quần mặc bằng ánh sáng
Anh dệt mây xanh thành tấm áo dài
Đúc mây đỏ thành hài em mang
Tết mây vàng làm khăn em quấn
Tán mây hồng làm cái ô che
Thung thăng dạo chơi cầu vồng ngũ sắc
Đôi uyên ương bay lên vườn trời
Gió vườn trời thổi mây bay hết
Chúng mình thành A-đam, E-va
Em xấu hổ đỏ nhừ gương mặt ngọc
Anh vội kéo sương mờ choàng nhẹ bờ vai
Những hạt sương reo vui như rèm động
Em khẽ khàng khép vội gót chân son.

Chúa không sinh ra đường tàu, nhưng biến chúng thành đôi song kiếm
Nhân dân không xây ga cuối cùng, trời hóa một vực sâu
Con gà cần cù được đặt lên bàn thờ hương khói
Trứng mỏng manh mang hình trái đất tròn
Sô-panh lưu vong mang theo cả tình yêu tổ quốc
Lê-nin người hùng khi chết phải phanh ra để ướp thây
A-đam và E-va trao xương gửi thịt và làm nên nhân loại

Chúa Trời, ánh sáng và âm nhạc sinh ra muôn loài. A men!

Nghị quyết đảng và tuyển tập Mác, Lê-nin không phải là Kinh Thánh
Người đời không thể nguyện cầu điều gì, trừ sám hối mà thôi
Pháp luật chỉ dành cho thường dân, quan quân đứng trên pháp luật
Nhà nước không phải của dân, do dân, vì dân, mà của đảng độc quyền
Nỗi khốn khổ của chúng dân dù chỉ nguyện cầu thôi cũng dịu
Đẻ ra một xã hội cũng như sinh ra một con người không phải chuyện nhử nuôi
Đom đóm chẳng sáng bằng sao, nhưng còn có cái để lập lòe
Nhân dân không thể lập lòe làm ông chủ
Trên tay có gì đâu mà mặc cả với con trời.

Đêm nay, mặt trời, trái đất, mặt trăng xếp thẳng hàng
Khiến đàn gấu thừa cơ ăn trăng
Ai có mẹt cuống cuồng đập mẹt
Ai có mâm hối hả gõ mâm
Bản dưới làng trên náo loạn
Gấu thất kinh chạy trốn cuối hang trời
Người dối trời và tự dối mình
Niềm tin u mê càng trở nên sắt đá
Mặc kệ thế gian này nguyệt thực vẫn xảy ra
Mỗi hạng người hát riêng một bài ca.

Đêm rừng
Thân gỗ mục thắp đèn nê-ông
Dẫn bước hươu, nai đi kiếm ăn

Chúng hoảng hốt thấy chùm đèn ló
Bọn thợ săn súng kíp trên tay
Đêm rừng, những đôi tai dỏng lên nghe tiếng cành cây gãy
Đêm rừng, những ánh mắt sợ hãi nhìn bọn thông nòng súng kíp, kéo quy lát súng
Các-bin
Những bước chân thú lẩn sâu vào bóng tối rừng già, đốm lân tinh nhấp nháy màu yên tĩnh
Bước chân lén lút của con người báo hiệu sự tan nát cỏ cây, hoảng hồn bầy thú
Mùi thuốc súng tản mát chính là mùi mồ hôi của con người
Cành cây, sừng thú, lũ rắn và rừng đêm quây lại
Đèn ló của bọn thợ săn hết dầu phải quay đầu
Đom đóm dạt lên trời lom lom nhìn xuống cùng bầy sao thao thức với cánh rừng
Những cánh rừng già không bình yên.

Ai ban ánh sáng xuống thế gian này
Muôn loài vật tắm trong ánh sáng
Người là người, vượn là vượn
Cỏ là cỏ, cây là cây
Liệu có phải sự tiến hóa từ hạt Cô-a-xéc-va thành vượn, thành người, rồi thành gì nữa?
Liệu có phải xã hội từ nguyên thủy, nô lệ, phong kiến, tư bản và cộng sản chót cùng?
Người cộng sản có phải là tiên tiến nhất đại diện nền văn minh nhân loại?
Học thuyết đấu tranh giai cấp, chuyên chính vô sản, đảng độc quyền lãnh đạo cả thế gian?
Đa nguyên, đa đảng văn minh, hay nhất nguyên, độc đảng văn minh?
Tự do tư tưởng văn minh, hay độc nhất tư tưởng Mác?
Không thể nhìn người khác chính kiến của mình qua họng súng AK
Một bóng mây chẳng làm nổi cơn mưa
Một tia nắng không làm nên mặt trời chói lọi

Một ngọn gió không làm nên trận bão, cơn giông
Một đảng độc quyền không đại diện cho toàn nhân loại
Xã hội văn minh phải là của nhân dân
Muôn vì sao tạo nên dải ngân hà
Hãy đốt trái tim thành ngọn lửa
Theo tấm biển chỉ đường trí tuệ, ta đi!

*

Có vì sao rơi xuống đầu ta
Rủ ta bay vào cõi thiên hà
Trái đất bắn muôn chùm pháo hoa
Nở bung trời hoa cà hoa cải
Ta bay trong muôn lời hoan ca.

Thành phố Tuyên Quang, 2012
Vũ Xuân Tửu

Chú thích:

....

(1) nhạc sỹ thiên tài Ba Lan (1840- 1849)

(2) lãnh tụ cộng sản Nga (1870- 1924)

(3) Sô-panh hiến trái tim cho tổ quốc Ba Lan

(4) Lê-nin, Đi-mi-tơ-rốp, Hồ Chí Minh

(5) khẩu hiệu của Lê-nin

(6) Nam Cao, Đôi lứa xứng đôi (Chí Phèo)

(7) thiên thần Lu-xi-phơ, do Chúa Trời tạo ra, về sau nổi loạn, bị đuổi khỏi thiên đường

(8) người tình của Sô-panh

(9) vợ của Sô-panh, nhà văn

(10) người tình của Lê-nin, nhà cách mạng Nga, gốc Pháp

(11) tên thật của Lê-nin

(12) vợ của Lê-nin, Thứ trưởng Bộ Giáo dục thời Xô-Viết

(13) Lê-nin nói về chủ nghĩa cộng sản

(14, 15) Quốc tế ca nhạc: Pierre Degeyter, lời: Eugène Potter, (Wikipedia tiếng Việt).

(16) Thế Lữ, Nhớ rừng (Lời con hổ trong vườn bách thú)

(17) Kinh Thánh

(18) Nhạc buồn Sô-panh (Etude op.10 No.3)

(19) tên "Lê-nin", phiên âm qua chữ Hán

Mục lục

- Sô-panh & Lê-nin — 5
- AK47 & AR15 — 11
- Xe lửa & Tàu thủy — 15
- Có không? & Không có! — 21
- Nghị quyết & Pháp luật — 25
- Gia đình & Thần thánh — 29
- Đom đóm & Bầy sao — 35
- Âm thanh & Thánh thần. A men! — 39
- Ánh sáng & Chúa Cả — 45

- Chú thích — 50
- Mục lục — 51
- Tác giả & tác phẩm — 52

Liên lạc Vũ Xuân Tửu
xuantuuvu@gmail.com

www.ingramcontent.com/pod-product-compliance
Lightning Source LLC
LaVergne TN
LVHW082007090526
838202LV00005B/253